# சொட்டுச் சொட்டாய்

#கருவாச்சியின் காதல்

ரேவதி அழகர்சாமி

டிஸ்கவரி பப்ளிகேஷன்ஸ்

எண்: 9, பிளாட் எண்: 1080A, ரோஹிணி பிளாட்ஸ்
முனுசாமி சாலை, கே.கே.நகர் மேற்கு,
சென்னை - 600 078. பேச: 99404 46650

# சொட்டுச் சொட்டாய்
(கவிதைகள்)

ஆசிரியர்: **ரேவதி அழகர்சாமி**©

## CHOTTU CHOTTAI (Poems)
Author: **Revathy Alagarsamy**©

Printed at : Ramani Print Solutions, Chennai -5.

First Edition: Dec - 2021

வெளியீட்டு எண்: 0045

Pages: 128

ISBN: 978-93-91994-49-5

### Rs. 140

| Publisher | Sales Rights |
|---|---|
| **Discovery Publications** | **Discovery Book Palace (P) Ltd** |
| No. 9, Plot,1080A, | No. 6, Mahaveer Complex, |
| Rohini Flats, | Munusamy Salai, |
| Munusamy Salai, | K.K.Nagar West, |
| K.K.Nagar West, | Chennai-600 078. |
| Chennai - 600 078. | Ph: (044) 4855 7525 |
| Mobile: +91 99404 46650 | Mobile: +91 87545 07070 |

discoverybookpalace@gmail.com
WWW.DISCOVERYBOOKPALACE.COM

---

இந்த நூலில் பிரசுரமாகியுள்ள எந்த ஒரு பகுதியையும் பதிப்பாளரின் எழுத்துபூர்வமான முன்அனுமதி பெறாமல் எடுத்தாள்வதோ, மறுபிரசுரம் செய்வதோ, மொழியாக்கம் செய்வதோ, அச்சு மற்றும் மின்னணு ஊடகங்களில் மறுபதிப்புச் செய்வதோ, காப்புரிமைச் சட்டப்படி தடை செய்யப்பட்டுள்ளது. இந்த நூலிலிருந்து குறிப்பிட்ட பகுதிகளை மேற்கோள்காட்டி புத்தக விமர்சனம் செய்ய, ஊடகங்களுக்கு மட்டும் அனுமதி உண்டு.

உங்கள் மொபைல் போனிலிருந்து ஸ்கேன் செய்து 'டிஸ்கவரி புக் பேலஸ்' மொபைல் ஆப்பை டவுன்லோடு செய்து, புத்தகங்களை வாங்குங்கள்.

என்னை உயிர்ப்பிக்கும்
என் தன்னம்பிக்கைக்கு...

## வாழ்த்துரை

ஒரு புத்தகத்தைப் படித்து முடிக்கும்போது,

ஒன்று, நாம் கவலைப்பட வேண்டும்; 'இவர்கள் எல்லாம் ஏன் எழுதுகிறார்கள்?' என்று...

அல்லது, மகிழ வேண்டும்; 'உயிர் வாழும்போதே இப்படியோர் புத்தகத்தை வாசிக்க வாய்ப்பு கிடைத்ததே..!' என்று எண்ணி...

அல்லது, வாசித்து முடித்ததும் தனிமையில் ஓஓஓ...வென அழ வேண்டும்; 'இவ்வளவு துயரங்களுக்கு மத்தியில் எதையும் அறியாமல் வீணாக வாழ்ந்துவிட்டோமே..!' என்ற குற்ற உணர்வோடு...

ஆனால், இந்தக் கவிதைத் தொகுப்பை வாசித்து முடித்தபோது, மிகவும் வருத்தப்பட்டேன்...

'காதலிக்காமலே வாழ்ந்து முடிக்கப் போறேனே!' என்று.

ரேவதி அழகர்சாமி, 'பாரதியின் மகள்' என்ற நெஞ்சுரத்தோடு மிகத் துணிச்சலோடு படைத்த குளிர் சுமந்த கண்ணீர் கவிதைகள்.

கவிக்கோ அவர்களின்

'அவளுக்கு நிலா என்று பெயர்' என்ற கவிதையில்,

'மலை ஓடைகளுக்கு அப்பால்
கண்களால் உன்னைத் தேடுகிறேன் காதலனே!
என் எதிரில் வரமாட்டாயா
நதிக்கரை ரோஜாக்கள் பூத்திருக்கின்றன;
காதலனே!
உன் முகத்தைக் காட்ட மாட்டாயா..?'
ஆகா..!
அவர் மேலும் சொல்வார்...
'நிலவுதான் கவிதையைத் தூண்டும்
ஆனால், அந்த நிலவே கவிதை புனைந்தது'
என்று.

அப்படியாய் தேய்ந்துகொண்டிருந்த ஒரு நிலவின் கண்ணீர் சொட்டுகள்தான் இந்தக் கவிதைத் துளிகள்...

'பிரபஞ்சம் முழுவதும் நீயே...
எப்படி மறப்பது
மூச்சுக்காற்று போல்
சுவாசித்துக்கொண்டிருக்கிறேன்...'

'காணும் இடமெல்லாம் நீயின்றி வேறில்லை காதலனே!' என்ற தேடலின் வெற்றி, வாசிக்கத் தூண்டுகிறது.

மறந்தும் கூட
உன்னை
நினைக்க
மறக்கவில்லை

இது எப்படி என்றால்...

உன் குடும்பமே என்னை அடித்த போதும்
உன் பெயரை என் இதயத்திலிருந்து
அழிக்க முடியவில்லையே...
என்பது போல் அழகான சோகங்கள்
நிரம்பிக் கிடக்கின்றன....

ஒரு குழப்பம் எனக்கு... 'புகைப்படத்தைச் சேகரித்தபின் கவிதை எழுதப்பட்டதா, அல்லது கவிதை எழுதியபின் புகைப்படத் தேடலா..?' என...

எப்படியோ குறளின் வடிவாய்

இரண்டுமே அழகுதான்!

வாழ்த்துரை எழுதி முடித்துவிட்டுக் கிளம்பிவிட்டேன்...
எனக்கானவள் எங்கே என்று...

மூக்குக்கண்ணாடியும் கைத்தடியுமாய்!

உங்கள் கண்ணீரைத் துடைக்க ஏங்கும் அந்த விரல்களுக்காக வேண்டுகிறேன்...

அதேநேரம் உங்கள் விரல்கள் பதிவுசெய்யவேண்டிய அடிமையான பெண்மையின் அவலங்கள் நிறைய இருக்கின்றன... மறக்க வேண்டாம்!

வாழ்த்துகள்!

கவிஞர். மூரா
மதுரை

## அணிந்துரை

**க**ண்ணாடியில் தன் முகம் கண்டு
களிப்படைகிற வரையில் சிக்கலில்லை.
கண்ணாடியில் அடுத்தவர் முகம் கண்டு
தவிப்படைகிற நொடியிலிருந்துதான் சிக்கல்.
அது உடல்களின் சிக்கலில்லை...
உயிரணுக்களின் சிக்கல்.

உயர்திணை... அஃறிணை என்றில்லை.
அது
உலக உயிர்களின்
'திமிர்த்திணை' என்பதே இயற்கை.

உயிர்ச் சங்கிலிகளை
நீட்டித்துத் தருதலின்
நெடுநாள்
உடலியலின்
உணர்வு வேட்கையது.
கருச் சூழலில்
இணைந்து இழைந்த அமிழ்தமே அது.
அதற்குப்
பருவகாலமும் இல்லை.

பருவத்தின் முன்பும் வரும்; பாரதியின் சுயசரிதை படியுங்கள்.
பருவத்திலும் வரும்; தபூசங்கரின் வெட்கத்தைப் படியுங்கள்.
பருவம் கடந்தும் வரும்; கலீலின் முறிந்த சிறகுகள் படியுங்கள்.

கனவுமயமான கவிதையில் வாழ்தலின்
போதைத்துவமான
மிதப்பியலினான நினைவு மேகங்களில்

ஈரத் துளிகளே
எழுத்துகளாய் இறங்கி வந்து
நம்மை நினைத்தலின்
இனிப்புச் சிதறல்களே இந்தக்
காதல் கவிதைகள் என்பவை.

ஆதிக்குகைகளின் பச்சிலைச் சாறுகள் பிழிந்தவளது
தூரிகைக் கவுச்சியிலிருந்துத் தொடங்கிவிட்டது
இந்தச்
சுகமான உளறல்கள்.

வானியல் ஆய்வர்... மண்ணியல் அறிஞர்...
பெருவணிகர்... துறவு முனிவர்...
எல்லாப் பெரும்பாறைகளிலும் வேர் இறக்கிப்
பூ பார்க்கும்
இதன் பசி இயற்கை.

காதலைத் தூர நிறுத்தி... கவிதைகளால்
அதனைக் கடந்து பார்க்கிற
எழுத்துப் பயணம் என்பது உலகர்களின்...
சிறப்பாக உயிர் நெகிழ்வர்களின்
பொதுப் பயணம்.

ரேவதி அழகர்சாமி அவர்களின்
'சொட்டுச் சொட்டாய்'
எழுதியுள்ள கவிதைகளின் படிப்பனுபவமும்
நமக்கு
அத்தகைய பயண மகிழ்வில் சேமித்த
நிழற்படங்களாகவே இனிப்பூட்டுகின்றன.

சில்லுக் கருப்பட்டித் துண்டுகளாய்...
அல்லது மழைநாளில் எப்பொழுதோ வாய்க்கும்
ஆலங்கட்டிகளாய்...
இவரது கவிதைகளின்
வரிச்சுருக்க வார்ப்பு
தொடர்ந்து படித்துவிட வேண்டும் என்கிற
சுறுசுறுப்பை கண்களுக்கும் தந்துவிடுகின்றன.

இருவரின் நிகழ்வே காதலாயினும்
அதனை
'உணர வைக்கும் தனிமை'
என்கிறார்.
தீராத பக்கங்கள் கொண்டவைதாம்
என்றாலும்,
'உரையாடல் குறைவு... மனதிற்கு நிறைவு'
என்கிறார்.

நீயும் நானும் எனும் ஒப்புமைப் பட்டியலில்
'சலனமில்லா நீரோடையாய் நீ
உன்னை
அடித்துச் செல்லும்
காட்டாற்று வெள்ளமாய் நான்'
என்பதை எழிலாக இணைக்கிறார்.

இலக்கணத்தையும் காதலுக்குள் வம்புசெய்ய
இழுக்கும் கவிதைப் பழக்கத்தில் இவரும்...
'உனக்காக நான் எழுதும் கவிதைகளில்
உயிரும்மெய்யும் இணைந்தே இருக்கின்றன
உன்னையும் என்னையும் தவிர'
என்கிறார்.

' 'ம்' எனும் ஒற்றைச் சொல்...
காதலில் எத்துணை இன்றியமையாதது
என்பதை...
'ம்' என்ற சொல் எனக்கானது
என்னவனுக்கானது
உரையாடல்கள் செரித்தபின்
'ம்' மட்டுமே'
என்று அவ்வளவு அழகாய்ப் பதிவுசெய்துவிடுகிறார்.

'தெளிந்த நீரோடையாய் நம் காதல் பயணம்
கீழே கிடக்கும் கூழாங்கற்களாய்
நம் வாழ்க்கைப் பயணம்
தொடர்ந்து செல்வோம் நம்பிக்கையோடு'

காதலைத் தூர நிறுத்தி கவிதையால்
கடந்து போகிற உயரிய மனசின்
உளவியல் உணர்வை
நீரோடை... கூழாங்கல்... கொண்டு... அடடா
அவ்வளவு அழகாய்
நமக்கு உணர்த்திவிடுகிறார்.

'சொட்டுச் சொட்டாய்' காதலின் தூய
ஓவிய அழகுகளை...
பல்வேறு வண்ணங்கள் தொட்டு...
வானவில் மேம்பாலமாய் வரைந்துகாட்டிய...
உடன்பிறந்தாள் ரேவதி அழகர்சாமி கவிதை மனசுக்கு...
இனிய இனிய தாய்மை வாழ்த்துகள்!

'உன் ஞாபகம் வரும்போதெல்லாம்
என்னைக்
கண்ணாடியில் பார்த்துக்கொள்கிறேன்
என்னில் நீ இருப்பதால்'
எவ்வளவு சிறப்பான கவிதையிது!

தொடர்ந்து எழுது... தமிழ் வெற்றி செய்ய...

அன்பில் வாழ்த்தும்,
அண்ணன்
**அறிவுமதி**

சு.கீணனூர்
01.11.2021

## நூலாசிரியர்
### கவிஞர். ரேவதி அழகர்சாமி

மதுரையில் வசிக்கும் ரேவதி, B.Sc., PGDCA., M.L.I.Sc., ஆகிய பட்டங்களைப் பெற்றிருந்தாலும், கவிதை, கட்டுரைகள் எழுதுவதில்தான் ஆர்வம் அதிகம்.

முகநூல் துவங்கும்போது தன் பெயருடன், தன்னைப் படிக்கவைத்த அப்பா அழகர்சாமி பெயரையும் சேர்த்து எழுதத் துவங்கியவர், இன்று கவிஞர் என்கிற சிறந்த அடையாளத்தோடு 'ரேவதி அழகர்சாமி' என்ற பெயரில் பயணிக்கிறார்.

இல்லத்தரசி... ஆனால், வாய்ப்புக் கிடைக்கும் போதெல்லாம் டப்பிங் கலைஞர், குறும்பட நடிகை, கவியரங்கம் செல்வது, மேடை வர்ணனையாளர் என்று ஈடுபாடு கொண்டு பல பரிமாணம் பெற்றவர்.

"சமீபகாலமாக விவசாயம் செய்துகொண்டிருக்கிறேன், இரண்டு பசுமாடுகளும் வளர்க்கிறேன். 'மாடு மேய்க்கக்கூட லாயக்கு இல்லை' என்று இனி யாரும் என்னைச் சொல்ல முடியாது மொமன்ட்!" என்று எதார்த்தமாக தன்னைப் பற்றி அறிமுகம் செய்துகொள்கிறார்.

கணவர் முனிசாமி IRS., சுங்கத்துறை உதவி ஆணையாளர். மகள் பிரியதர்ஷினி பொறியியல் பட்டதாரி. மகன் ஜெயகார்த்திகேயன் மருத்துவ மாணவர்.

5-1-1ஏ, ராஜ் நகர் முதல் தெரு,
சாந்தி நகர், மதுரை - 625018.
செல்: 7397627734

# முன்னுரை

பெயரிடப்படாத நேசங்களின்
வெளிப்பாடே இக்கவிதைத் தொகுப்பு.

முகம் அறியா கருவாச்சியின்
இயல்பைத் தொலைக்காத காதல்
கவிதையாய் பயணிக்கிறது!

இது கருவாச்சிக்கு மட்டுமல்ல,
உலகில் உள்ள காதலர்கள் அனைவருக்குமானது.

நீலவானம் இருக்கும் வரை
நிலைத்து நிற்கும் காதல்.
வெளிப்படுத்தும் தன்மை மட்டுமே
காலத்திற்கு ஏற்றவாறு மாறுமே தவிர
காதல் என்றும் மாறாது!

காதலர்கள் தினம் பிப்ரவரி...
கவிதைகள் தினம் மார்ச்...
காதலித்தால் கூடவே கவிதையும் வந்துவிடும்!

செயல்கள் அனைத்தையும்
காதலோடு பாருங்கள்... சிறப்பாக நிறைவேறும்.
அதே காதலோடே இக்கவிதைத் தொகுப்பையும்
இவ்வுலகிற்கு அர்பணிக்கிறேன்.

- ரேவதி அழகர்சாமி

என் அலைபேசி
சிணுங்கும்போதெல்லாம்
அழித்துவிட்ட
உன் எண்கள்தான்
நினைவில்
எழும்புகிறது

#கருவாச்சியின் காதல்

நீ
முன்னர் அனுப்பிய
செய்திகளையெல்லாம்
திரும்பத் திரும்ப
படித்துக்கொண்டிருக்கிறேன்
பரிட்சைக்குப் படிப்பதுபோல
மனப்பாடமாகிவிட்டது...

பேசமாட்டேன்
என்று சொல்லிவிட்டேனே தவிர
ஒவ்வொரு முறையும்
உன்னிடமிருந்து எதாவது
செய்தி வராதா என்றுதான்
முதலில்
தேடுகிறேன்.

#கருவாச்சியின் காதல்

அன்பென்ற ஆயுதம்
அணுவைக்கூட
பிளந்துவிடுமாம்...

உன்னைத்
தொடக்கூட முடியவில்லையே
என்னால்!

#கருவாச்சியின் காதல்

தேடுவதற்காக ஒரு பெண்ணும்
திட்டுவதற்காக ஓர் ஆணும்
இருந்தால்தான்
வாழ்க்கை
சுவாரஸ்யமாக
இருக்குமாம்...

உன்னைத் தேடுகின்றேன்
தினமும்
என்னைத்
திட்டுவதற்காக.

#கருவாச்சியின் காதல்

என் கவிதைகளுக்குச்
சொந்தமானவனே
எனக்கு ஏன் சொந்தமாக
மறுக்கிறாய்?

#கருவாச்சியின் காதல்

தனித்துக் கிடக்கிறேன்
சுமையின் அழுத்தங்களோடு...

சுமைகள் பெரிதல்ல
வலிதான் பெரிதாய்...

பகிர்ந்துகொள்ள
யாருமில்லா பயணத்தின் வலி...

வலிகள் தராத வலி
சிலரின் வார்த்தைகளால்...

இதயச் சுவர்கள் எங்கும்
சொற்களாக முட்களே
படர்கின்றன...

தனிமைதான் ஆறுதலாய்
பல நேரங்களில்

நல்ல பாடங்களை போதிக்கிறது
தனிமை...

உணரவைக்கும்
தனிமையைப் பெரிதும் விரும்புகிறேன்.

#கருவாச்சியின் காதல்

ஒவ்வொரு
நிராகரிப்பிலும்
உன்னுடன்
பேசக் கூடாது
என்றுதான்
நினைக்கிறேன்...

அது
எதிர்வினையாய்
மட்டுமே
முடிகிறது

கா(தலின்)லத்தின்
கட்டாயம்.

#கருவாச்சியின் காதல்

என்னில் பாதி
உன்னில் மீதி
கலந்திடுவோம்
எல்லாமுமாய்.

#கருவாச்சியின் காதல்

மறக்கத்தான்
நினைக்கிறேன்
உன் நினைவுகளை

பிரபஞ்சம் முழுவதும்
நீயே...
எப்படி மறப்பது
மூச்சுக்காற்றுபோல்
சுவாசித்துக்கொண்டிருக்கிறேன்.

உன் நினைவுகள்
நிலைத்திருக்கும்,
என் சுவாசம் நிற்கும் வரை.

#கருவாச்சியின் காதல்

அன்பை
வெளிப்படுத்தத் தெரியாதா
உனக்கு?
கல்லா
உன் மனது?

கனவெல்லாம்
நீதானே
எனக்கு...

காத்திருக்கிறேன்
உன் அன்புக்காக
காத்திருந்து காத்திருந்து
என் ஆயுள் முடிந்துவிடும்போல

என் மரணத்திற்கு முன்பாவது
உன் காதலைச் சொல்லிவிடு.

#கருவாச்சியின் காதல்

உன்னிடம்
என்னைத்
தேடுகிறேன்...

தொலைத்த
இடத்தில்தானே
தேடவேண்டும்.

#கருவாச்சியின் காதல்

உன்னுடனான
உரையாடல்கள்
குறைவாய்
இருந்த போதிலும்

மனதிற்கு
எப்போதும்
நிறைவாய்
இருக்கிறது...
அதெப்படி?

#கருவாச்சியின் காதல்

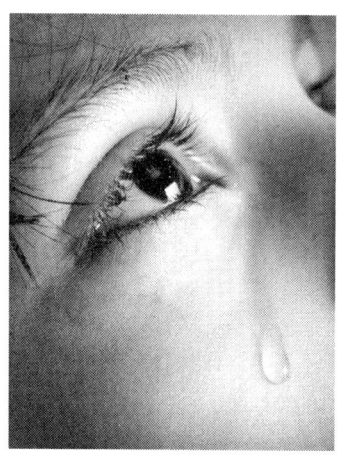

என் காதலை
கரையான்கள்
அரித்துச் செல்லட்டும்

நிறைவேறா
காதலெல்லாம்
கரையான்களுக்கே
இரையாகக் கூடும்

மனக்கூட்டிலும்
காகிதத்திலும்
எழுதி எழுதி
செல்லரித்துப்
போய்விட்டது
நிறைவேறா
என் நிஜக் காதல்.

#கருவாச்சியின் காதல்

தேடத் தேடத்தானே
வாழ்க்கை ருசிக்கும்...
தேடல்கள் புதுமையை
கொண்டு வரும்...

எளிதில் கிடைக்கும்
எதுவும்
மதிப்பாய் இருக்காது
என்பதை
உன்னில் புரிந்துகொண்டேன்

என் புலனத்தில் தேடப்படும்
ஒரே நபர்
நீயாக மட்டுமே இருக்கிறாய்

தேடிக்கொண்டே
இருக்கிறேன்
தினமும்
கிடைக்காது என்று தெரிந்தும்...

#கருவாச்சியின் காதல்

சண்டை போடுவதற்காக மட்டுமே
பல நேரங்களில் பேசுகிறேன்
உன்னிடம்

இதைத்தவிர
காதலை வெளிப்படுத்த
வேறு வழி தெரியவில்லை

என் சண்டையில்
இருக்கும் காதலை
உணர்ந்துகொண்டு
என்னைக் காதலி!

#கருவாச்சியின் காதல்

நீ என்னருகில்
இல்லாத நாட்களில்
உன் அருகாமை தரும்
சந்தோசத்தை...

நீ அனுப்பும்
ஒற்றைக் குறுஞ்செய்தி
நிரப்பிவிடுகிறது.

#கருவாச்சியின் காதல்

சலனமில்லா
நீரோடையாய்
நீ...

உன்னை
அடித்துச் செல்லும்
காட்டாற்று
வெள்ளமாய்
நான்...

#கருவாச்சியின் காதல்

**வி**லையில்லா
அன்பென்பதால்
மதிப்பில்லாமல்
போய்விடுகிறது...
பல சமயங்களில்.

#கருவாச்சியின் காதல்

உன் குரலின் ஈர்ப்பால்
மயங்கிக் கிடக்கிறேன்

தெளிய வைத்துத்
தெளிய வைத்து
போதையேற்றுகிறாய்
என்னை அழைத்து.

#கருவாச்சியின் காதல்

பார்வையால்
நான் வீழ்ந்து கிடக்கின்றேன்
நீயோ இன்னமும்
கண்ணிமைக்காமல்
பார்த்துக்கொண்டிருக்கிறாயே
நியாயமா?

#கருவாச்சியின் காதல்

**ச**ண்டையில்
ஆரம்பித்த
பல உரையாடல்கள்
சில நேரங்களில்
சங்கீத ஸ்வரங்களாய்
கொஞ்சல்களில்கூட
முடியலாம்.

#கருவாச்சியின் காதல்

பொய்யான
கோபங்களால்
சண்டையிட்டு
சண்டையிட்டு
உன்னிடமே
சரணடைகிறேன்

ஆயுள்தண்டனைக் கைதியாய்!

#கருவாச்சியின் காதல்

எல்லாரும்
இருந்தும்
ஒருவரும்
இல்லாததுபோல்
இருப்பதுதான்
ஆகச் சிறந்த
தனிமையோ?

#கருவாச்சியின் காதல்

ஸ்பரிசத்திற்காக
ஏங்குகிறேன்
சிறு சிறு தீண்டல்கள்
பேரின்ப நிலையை உணர்த்தும்

தீண்டல்கள்கூட
தீண்டாமை செய்கிறது
என்னிடம்...

தீண்டாமை
என் சாதியில் மட்டுமல்ல
என்
மேனியிலும்!

#கருவாச்சியின் காதல்

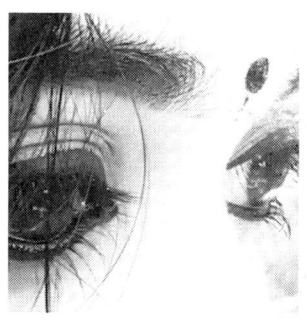

என் தாகத்தின்
தண்ணீர் நீ
என் சோகத்தின்
ஆறுதல் நீ
என் தேடலின்
பொருளும் நீ
என் மோகத்தின்
மோகனம் நீ
என் கவிதையின்
இலக்கணம் நீ
என் பாடலின்
வரிகள் நீ
என் வாழ்வின்
அர்த்தம் நீ...

எனக்கு
இவ்வளவும் நீயாக
இருந்தும்
நீ மட்டும் நீயாகவே
இருக்கிறாயே?

#கருவாச்சியின் காதல்

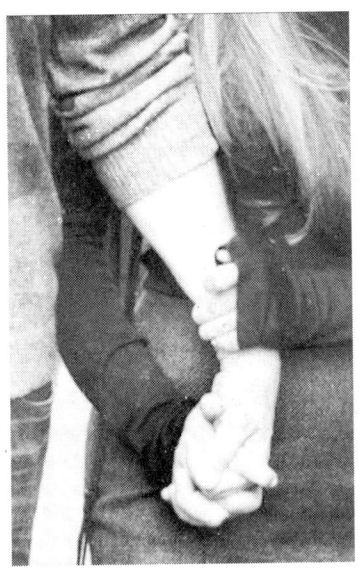

பற்றிக்கொள்ளத் துடிக்கிறேன்
படரும் கொடிபோல...
அறுத்து எறிந்திடாதே!

#கருவாச்சியின் காதல்

உனக்காக நான் எழுதும்
கவிதைகளில்
உயிரும் மெய்யும்
இணைந்தே இருக்கிறது...

உன்னையும் என்னையும் தவிர!

#கருவாச்சியின் காதல்

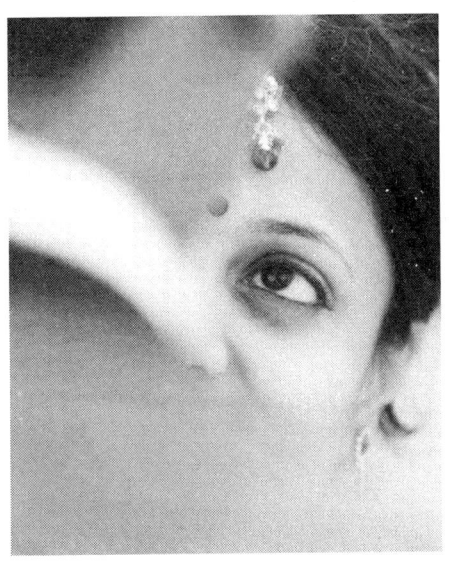

என் கவிதைகளில்
இலக்கணமும் இல்லை
இலக்கியமும் இல்லை...

'நீ' மட்டுமே இருக்கிறாய்!

#கருவாச்சியின் காதல்

உனக்காக
எழுதும்
கவிதைகள் யாவும்
பின்னொரு நாளில்
காவியமாகக்கூடும்.

#கருவாச்சியின் காதல்

**எ**ன்னோடு
இணைந்து
தவிக்க வேண்டாம் நீ

என் தவிப்பை
உணர்ந்துகொண்டாலே
போதும்.

#கருவாச்சியின் காதல்

என்னவனின்
கையெழுத்தில்
ரசிக்கின்றேன்
என் பெயரை...

எழுத்துகள்
எல்லாம்
நர்த்தனம்
ஆடிக்கொண்டிருக்கின்றன
புத்தகத்தின் முதல்
பக்கத்தில்...

பெயரும்
சற்றே கூடுதல் அழகில்
மிளிர்கின்றதே!

#கருவாச்சியின் காதல்

இழந்ததாக நினைக்கவில்லை...
தவறவிட்டேன் என்பதுதான்
உண்மை.

#கருவாச்சியின் காதல்

உன் இதய அறைக்குள்
ஏதாவது
ஓர் அறையில்
மட்டும்
எனக்கு இடம் கொடு...

அது போதும் எனக்கு!

#கருவாச்சியின் காதல்

**க**டைசிச் சொட்டு
வெளிச்சம் இருக்கும்வரை
நம்பிக்கையைத்
தளர விடுவதில்லை
இருள்...

நானும் கூட...

#கருவாச்சியின் காதல்

புகைப்படங்கள்
நினைவூட்டும்
நிகழ்வுகளை...

புரட்டிப் புரட்டிப்
பார்க்கிறேன்
உன் புகைப்படங்களை
திரும்பத் திரும்ப...

வலியின் எடை தாங்காமல்
கனக்கிறது
இதயம்!

#கருவாச்சியின் காதல்

தெளிந்த
நீரோடையாய்
நம்
காதல் பயணம்

கீழே கிடக்கும்
கூழாங்கற்களாய்
நம்
வாழ்க்கைப் பயணம்...

தொடர்ந்து செல்வோம்
நம்பிக்கையோடு.

#கருவாச்சியின் காதல்

உன் ஞாபகம்
வரும் போதெல்லாம்
என்னை
கண்ணாடியில்
பார்த்துக்கொள்கிறேன்...
என்னில் நீ இருப்பதால்!

(கொஞ்சம் ஓவர் தான்... இருக்கட்டுமே)

#கருவாச்சியின் காதல்

உன்னைப் பற்றி
எழுதும்
எழுத்துகள்
எப்போதும்
அழகாகவே இருக்கின்றன...

எழுதும்
பேனாகூட
சமயத்தில்
வெட்கப்படுகிறது.

#கருவாச்சியின் காதல்

என்னை விட
நீ எதிலும் உசத்தியல்ல...
ஆனால்
உன்னை மட்டுமே
உசத்தியாக வைத்திருக்கிறது
என் மனம்!

#கருவாச்சியின் காதல்

நீ அனுப்பும்
அந்த
ஒற்றை வார்த்தையில்
கரைந்து
காணாமல் போகிறது...

உன் மீதான
என் கோபமெல்லாம்!

#கருவாச்சியின் காதல்

என்னவனின்
கையெழுத்து
அவன்
தலையெழுத்தைக்
காட்டிலும்
அழகாகவே
இருக்கிறது!

#கருவாச்சியின் காதல்

நீ மட்டுமே என்னை
இயக்கிக்கொண்டிருப்பதால்
பல நேரங்களில்
நான் நீயாகவே
இருக்கிறேன்!

#கருவாச்சியின் காதல்

அதீத அன்பும்
பல நேரங்களில்
அற்பமாய்
தெரிகிறது
பலருக்கு...

உண்மையாய்
இருந்தவருக்கு
ஏமாற்றமும்
வலியும்
மட்டுமே
பரிசாய்
பல நேரங்களில்...

#கருவாச்சியின் காதல்

என்
கோபத்தில்
'அன்பையும்'
வார்த்தைகளில்
'அக்கறையும்'
உணர்வது...

எனக்கானவர்கள்
மட்டுமே!

#கருவாச்சியின் காதல்

மகிழ்ச்சியான
தருணங்கள்
எல்லாம்
மழைபோல்
வந்து செல்கிறது...

ஆனால்
சோகமான
நேரங்கள்
எல்லாம்
வறட்சியைப்போல்...

எப்போதும்
உடனிருந்து
கொள்(ல்)கிறது...

#கருவாச்சியின் காதல்

நான் அழகில்லாதவள்தான்
திறமையில்லாதவள்தான்
நிறைய படிக்காதவள்தான்...

ஆனால்
மிகுந்த அன்பானவள்
உன்னைப்
புரிந்துகொள்ளும் அளவுக்கு...

உன்னை
வழி நடத்தும் அளவுக்கு...
உன்னுடன்
வாழ்க்கை நடத்தும் அளவுக்கு...
என்னைப்
புரிந்துகொள்ளாத நீ
எனக்குத் தேவையில்லையென
விலகிச் செல்ல மனம் வரவில்லை...

காத்திருக்கிறேன்
என் எஞ்சிய வாழ்நாட்களையாவது
நீ வந்து நிரப்பிவிடுவாய் என...

#கருவாச்சியின் காதல்

எனக்கான விடியலை
உன்னிடம் தேடுகின்றேன்

நித்தம் புலர்கிறது
உனதான என் பொழுதுகள்
இனிதாக...

காதலோடே முடிகிறது
எனதான உன் இரவுகள்.

#கருவாச்சியின் காதல்

மறந்தும்கூட
உன்னை
நினைக்க
மறக்கவில்லை!

#கருவாச்சியின் காதல்

என் காதல்
கவிதையோடு
முடிந்துவிடுமோ
என்றே
பயம் எனக்கு...

சொல்லாத காதல்
எப்படி நிறைவேறும்?

கவிதைகளோடு
காதலும்
கற்பனையில்
பயணிக்கட்டும்
தோல்வியின்
பயமில்லாமல்...

#கருவாச்சியின் காதல்

உன்னுடன்
நான் பேசவேண்டிய
அனைத்தையும்
என் மனதோடே
பேசுவதால்
என் மனதையே
நான் மானசீகமாக
காதலிக்கத்
தொடங்கிவிட்டேன்

இதற்குத்
தோல்வி என்பதே
இல்லாத காரணத்தினால்!

#கருவாச்சியின் காதல்

நீ
என்னைத் திரும்பிக்கூட
பார்ப்பதில்லை...

நான் உன்னையே
சுற்றிச்சுற்றி
வருகிறேன்

நீயும் நானும்
பூமியும் கோள்களுமா?

#கருவாச்சியின் காதல்

என்
இரவும்
பகலும்
உன்னால்
மட்டுமே
தீர்மானிக்கப்படுகிறது...

இரவு பகலாவதும்
பகல் இரவாவதும்கூட!

#கருவாச்சியின் காதல்

பார்வையாலே
என்னைத் தீண்டினாயே...

உன் பார்வை விஷம்
என் தலைக்கேறிவிட்டதே...

உன் அணைப்பினாலே
முறியும் விஷம்போல
காத்திருக்கிறேன்
என்னவனே.

#கருவாச்சியின் காதல்

தேவதைகள்
வெட்கப்படுவதில்லை...
மாறாக
அழகில்
நீட்சியடைகிறார்கள்.

#கருவாச்சியின் காதல்

'ம்'
என்ற சொல்
எனக்கானது
என்னவனுக்கானது...

உரையாடல்கள்
செரித்த பின்
'ம்'
மட்டுமே!

#கருவாச்சியின் காதல்

முத்தங்கள்
வித்தியாசப்படுத்துவதில்லை...
மனிதருக்கும்
விலங்குகளுக்கும்

அன்பே
வலிமையாய்...

முத்தங்கள் அங்கே
துருப்புச்சீட்டாய்...

#கருவாச்சியின் காதல்

**தொ**லைந்துபோன
என்னவனைத்
தேடிக்கொண்டிருக்கிறேன்...

தொலைந்து போவதில்
உனக்கென்ன அவ்வளவு பிரியம்?
அடிக்கடி
தொலைந்து போகிறாயே!

தொலைத்துவிட்டு
தொலைத்துவிட்டு
தேடுவதையே
வேலையாய்
செய்துகொண்டிருக்கிறேன்...

தொலைந்து போனவன்
நினைவுகளையும் சேர்த்து
எடுத்துச் சென்றுவிட்டாயே...

இரக்கமில்லையா உனக்கு?
திருப்பித் தந்து விடு
எனதான உன்
நினைவுகளையாவது!

#கருவாச்சியின் காதல்

மனச்சிறையில்
இருக்கிறேன்

மயிலிறகாய் வருடி
என்னை
மீட்டெடுப்பாயா..?

காத்திருக்கிறேன்
உன் பிணைக்காக!

#கருவாச்சியின் காதல்

அடர்ந்த மௌனத்தின்
யாத்திரை
தொடர்ந்த யுத்தத்தின்
எச்சங்கள் மிச்சமாகின...

திசைகள் தீர்மானிக்கும்
இனி செல்லும் பாதையை...

மௌனங்கள் மிகுந்ததால்
வார்த்தைகள் சேமிப்பில்...

எத்தனிக்கிறேன்
வார்த்தைகளைச் சிதறிட
உன் மௌனம் என்னைத் தடுக்கிறது...

முதலில் உடைப்பது யார்
என்ற போட்டியில்
நீயும் நானும்...

வேடிக்கை பார்க்கிறது
நம் இருவரின் மௌனங்களும்.

#கருவாச்சியின் காதல்

எப்போதுதான்
உணர்வாய் நீ
என் காதலை...

உனக்கு
என் காதல்
மட்டுமே
பிடிக்கவில்லை
என்றுதான்
நினைத்தேன்
இது வரை...

இப்போதுதான்
தெரிகிறது
உனக்கு
என்னையே
பிடிக்கவில்லை என்று!

உணர்வாய்
ஒரு நாள்
உன் தனிமையில்
என் காதலை...

அப்போதும்
காத்திருப்பேன்
இதே அன்போடு...

#கருவாச்சியின் காதல்

நீ என்னுடன்
பேசாத தினங்கள் எல்லாம்
என்
வாழ்வின்
கருப்புத் தினங்களே...

#கருவாச்சியின் காதல்

என் இரவும் பகலும்
உன் நினைவுகளாலே
கடந்து செல்கிறது

நினைவால் என்னை
ஆண்டுகொண்டிருக்கிறாயே

என்னவனே...
உன்னை
நேரில் ஆளக் காத்திருக்கிறேன்...

பொய்யாகக்கூட என்னை
ஏமாற்றி விடாதே!

#கருவாச்சியின் காதல்

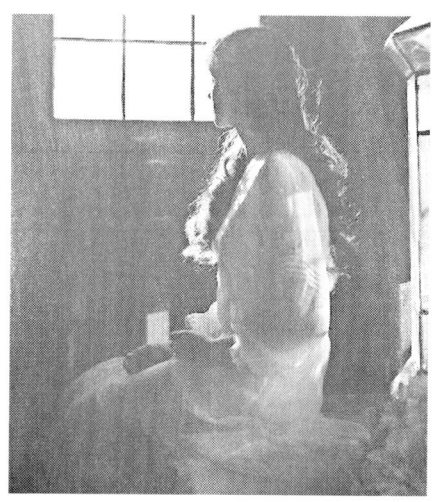

உடலை விட்டுப் பிரியும் உயிர்
துடிப்பதைப்போல்
இங்கே
துடித்துக்கொண்டிருக்கிறேன்...

உன்னால் உணரக்கூட
முடியவில்லை என்பதுதான்
உன் காதலின் அளவீடோ?

#கருவாச்சியின் காதல்

அடர் இருட்டின் மௌனமும்
தொடர்ந்து வந்த தனிமையும்
திசையறியா சாலையில்
பயணிக்கும் பயம்
கொண்டுவரும்...

நிறுத்தம் இல்லா பேருந்துபோல்
நினைவுகளால் என் பயணம்
தொடர்கிறது ஆளில்லாச் சாலையில்...

என் சுவாசமாய் நீ

திணறுகின்றேன் அடிக்கடி...
சுவாசத்தை தேடி

பயணம் மட்டும்
தொடர்கிறது...

#கருவாச்சியின் காதல்

இலை நுனியின்
நீர் குமிழ்கள்
ஒட்டியும் ஒட்டாமலும்
அழகியலாய்
இயற்கைப் பெருவெளியில்!

#கருவாச்சியின் காதல்

உன்னை
நினைப்பதே
என் வேலையாய்
இருக்கிறது...

என்னைத்
தவிர்ப்பதே
உன் கடமையாய்
நீ இருக்கின்றாய்.

#கருவாச்சியின் காதல்

ஓய்...
நீ எங்க இருக்க..?

சுழற்றி அடிக்கப்போகும் புயலில்
சிக்கிவிடாதே!

நான்
காத்திருக்கேன்
இன்னமும் உனக்காக...
அதே காதலோடு!

புயல்
வருவதற்குள்
தென்றலாய்
என்னில்
வந்திடு!

#கருவாச்சியின் காதல்

வானம் இன்று
மப்பும் மந்தாரமுமாய்...

மேகங்கள்
கிளுகிளுப்பாய்
ஒன்றோடு ஒன்று
உரசிக்கொண்டு...

நம்மைப்போல்
காதலோடு!

#கருவாச்சியின் காதல்

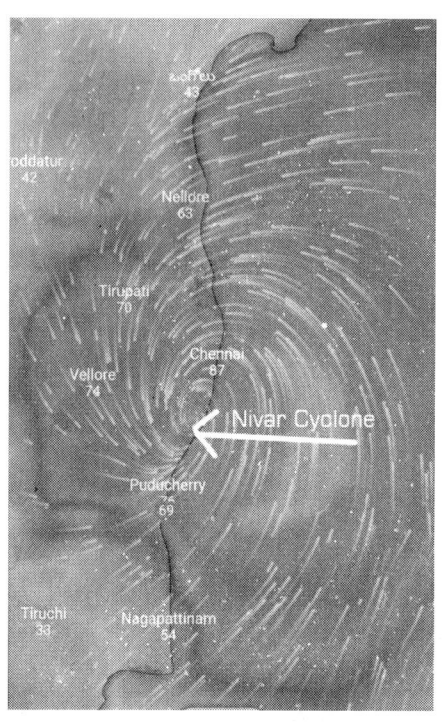

புயலுக்கும்
மழைக்கும்
குளிருக்கும்
இதமாக...

சூடான
உன் நினைவுகள்
மட்டுமே!

#கருவாச்சியின் காதல்

என்னைக்
கொஞ்சிப் பேசவெல்லாம்
வேண்டாமடா...

ஏன்டி என்னை
தொல்லைப் படுத்துற
என்று திட்டிவிட்டாவது
போயேன்...

#கருவாச்சியின் காதல்

**க**ண்களில் என்ன
மின்சாரம்
பாய்கிறதோ?

பார்த்தவுடன்
தூக்கி வாரிப்
போடுகிறதே
உடலெங்கும்!

#கருவாச்சியின் காதல்

மழையின்
பொருட்டு
உனக்காக
மேகத்திடம்
தூது சொல்லி
அனுப்புகிறேன்...

உன் நினைவுத்
துளிகளோடு
வாழ்கிறேன்
என்று
ஞாபகப்படுத்தட்டும்
பெருமழையாய்!

#கருவாச்சியின் காதல்

முத்தங்கள்
காமத்தின்
உச்சங்கள்
அல்ல...

அதீத
அன்பின்
தொடக்கம்.

#கருவாச்சியின் காதல்

என்னவனின்
முத்தத்தில்
எண்ணிக்கை
பொருட்டல்ல...

#கருவாச்சியின் காதல்

**தூ**ரத்து மேகங்கள்
தூது செல்ல
காத்திருக்க

சேமித்து
வைத்திருந்த
காதலை
செவியோரம்
போய் சொல்ல

தூது அனுப்புகிறேன்
கரு மேகங்களை...

அடி பிறழாமல்
சொல்லி விடு...
அடைமழையாய்!

#கருவாச்சியின் காதல்

பிரியமானவர்களின்
பிடியில்
சிக்கித் தவிப்பதும்
வரமே...

நமக்காக
ஒரு ஜீவன்
வாழ்கின்றது
என்ற எண்ணமே
நம்மை
வாழத் தூண்டும்
கிரியா ஊக்கி!

#கருவாச்சியின் காதல்

ஈரம் படாத நிலம்போல்
வறண்டுபோய் கிடக்கிறாயே
இறுக்கமாக இருப்பது
இணக்கமாக இருக்கிறதோ?

காதலித்துப் பாரேன்
கொஞ்சம்...
உலகே வேறாய் தெரியும்
விதையும் துளிராய் முளைக்கும்!

#கருவாச்சியின் காதல்

நீ அருகில் இல்லா
என் உலகம்
நீரற்ற கடலாய்
தோன்றுகிறதே!

#கருவாச்சியின் காதல்

உனக்கு நான்
எதுவுமே
இல்லையென்று
உணர்ந்தாலும்
எனக்கு நீதானே
யாதுமாகி
நிற்கிறாய்!

#கருவாச்சியின் காதல்

கொஞ்சிட
நினைக்கிறேன்
என்னவனை...
வார்த்தைகளால்
காகிதத்தில்
எழுதியாவது.

#கருவாச்சியின் காதல்

உன் மீதான
மொத்தக் காதலையும்
என்
கண்களில்
தேக்கி வைத்திருக்கிறேன்
கண்களாலே
காதல் கவிதை
எழுத.

#கருவாச்சியின் காதல்

ஒரு நொடிதான்
பார்த்தாய்
என்றாலும்
நாள் முழுவதும்
திணறுகிறேன்
வெட்கத்தால்...

#கருவாச்சியின் காதல்

என் விடியலை
தினமும்
எழுப்புகிறாய்...

எனது
இரவையும்
நீயே
தூங்க வைக்கிறாய்...

இடைப்பட்ட
நேரங்களில்
உன் நினைவுகளே
என்னை
வழி நடத்திச்
செல்கிறது

என்
இரவையும் பகலையும்
நீயே
தீர்மானிக்கிறாயே...

நீ என்ன
என்னைப் படைத்த
கடவுளோ?

#கருவாச்சியின் காதல்

**உள**டல்கள் நம்மை
ஒருபோதும்
பிரிப்பதில்லை

மாறாக
இணைப்பின் இறுக்கம்
அதிகமாகவே
செய்கிறது...

#கருவாச்சியின் காதல்

**கா**கிதங்களில் என்
காதலை
எழுதி
பறக்கவிடுகிறேன்...

வீசும் காற்றாவது
உன்னிடம்
என் காதலைக்
கொண்டுவந்து
சேர்க்கட்டுமே!

#கருவாச்சியின் காதல்

**கா**தலிக்கத்
தெரிந்தவளுக்கு
காதலிக்க வைக்கத்
தெரியவில்லை!

#கருவாச்சியின் காதல்

**க**தகதப்பாய் நீ
இருக்கையில்
அடர் குளிரும்
பெரும் மழையும்
என்னை
ஒன்றும் செய்யப்
போவதில்லை!

#கருவாச்சியின் காதல்

எனக்கான
அன்பு எங்கோ
ஒளிந்திருக்கிறது
இப்பெருவெளியில்...

தேடிக்கொண்டிருக்கிறேன்
நித்தமும்...

#கருவாச்சியின் காதல்

மயிலிறகு தீண்டலாய்
உன் காதல்
இதயத்தை வருடுகிறது

தீண்டலும் சுகமாய்
மூச்சுக்காற்றுகூட சுமையாய்
உன் அருகாமை எனக்கு

எப்போதும் உன்னில்
தொலைக்க வேண்டும்
என்னை!

#கருவாச்சியின் காதல்

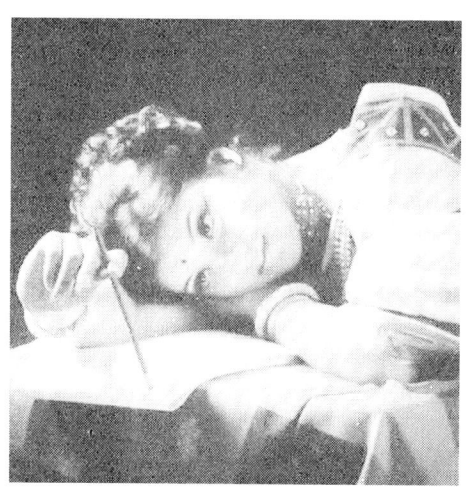

ஏதேதோ
எழுத நினைக்கிறேன்
உனக்காக
எதுவுமே நினைவில் இல்லை
வார்த்தைகள்கூட பஞ்சத்தில்...

நீ எதாவது பேசினால்தானே
உனக்குப் பதில் சொல்லத் தோன்றும்...

நீ எதுவுமே பேசாமல் இருக்கிறாய்
நான் உன்னை நினைப்பதை மட்டுமே
வேலையாய் இருக்கிறேன்...

உனக்காக நான் எழுதும் கடிதங்களை
நீ படிப்பதே இல்லை எனத் தெரிந்தும்
நான் எழுதுவதை விடுவதாய் இல்லை...

நீ
தூரத்தில் இருந்தும்
என்னருகில் இருப்பதையே
உணர்கிறேன் எப்போதும்...
கவிதைகளாய் எழுதி
காதல் பசியாறுகின்றேன்...

எழுதியதை அப்படியே கிழித்தும்
எறிகின்றேன்...
நீயும்
அதைத்தானே செய்வாய் என...

கிழிந்த அந்தக் காகிதங்களில்
எழுத்துகளாய்
என் வலியும்
என் காதலும்...

#கருவாச்சியின் காதல்

என் குறுஞ்செய்திகள் சுமந்து வருவது
வெறும் சொற்களை அல்ல...

நிரம்பித் ததும்பும் காதலை
காணத் துடிக்கும் ஏக்கத்தை
வெடித்துச் சிதறும் குமுறலை
வடிகாலாய் இருக்கும்
என் கண்ணீரையும் சுமந்து வருகிறது...

#கருவாச்சியின் காதல்

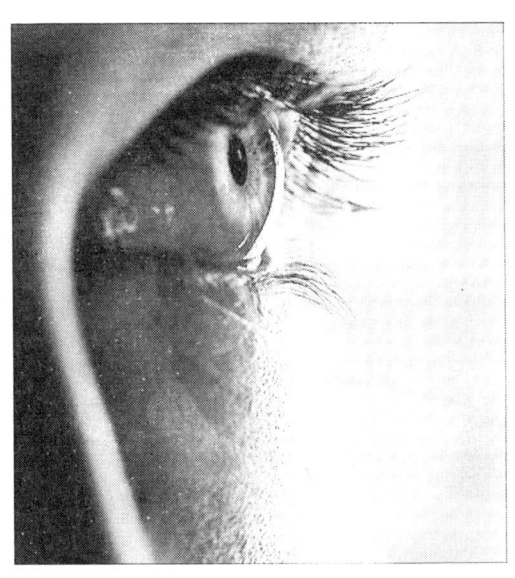

என் கைக்குட்டையில்
ஒளிந்திருக்கும்
கண்ணீர்த்துளிகள்
உன் நினைவை
மறைக்கும்
நிஜத்தின் வலிகள்...

#கருவாச்சியின் காதல்

அலைபேசியில்
அழைப்பு வரும்போதெல்லாம்
அது உன்னுடையதாக
இருக்காதா என்றே
மனம்
விரும்புகிறது
ஒவ்வொரு முறையும்
யாருக்கும் தெரியாமல்
ஏமாந்து கொண்டிருக்கிறேன்...

#கருவாச்சியின் காதல்

உன் நினைவுகளை
போர்வையாக்கி
போர்த்திக்கொள்கிறேன்
குளிருக்கு
இதமாக...

#கருவாச்சியின் காதல்

பார்க்கும் இடமெல்லாம்
நீயே நிறைந்திருப்பதால்
மறப்பதும் கூட
மரண வேதனையாய்
தொடர்கிறது...

என் வார்த்தைகளில்
ஒளிந்து கொண்டிருக்கிறது என் காதல்
உன் மௌனத்தை
கலைக்க மனமில்லாமல்

தேடுகிறேன்
உனக்காக...!
இப்பிரபஞ்சத்தில்
யாரும் சொல்லாத
'சொல்லை'

#கருவாச்சியின் காதல்

உனக்கான
என் நேசங்கள்
குவிந்து கிடக்கிறது
பெரு மலையென...
உன்
உதாசீனத்தின்
பிடியில்
சிக்கித் தவித்துக்கொண்டு...

#கருவாச்சியின் காதல்

உனக்கும்
எனக்குமான
இடைவெளி
இப்போதைக்கு
ஒரு சொட்டு
எச்சில் மட்டுமே....
எச்சில்
பரிமாற்றங்கள்
முத்தங்களால்
மட்டுமே
சாத்தியப்படுகின்றன
காதலுக்கும்
காமத்திற்கும்
நூல் அளவு தான்
இடைவெளியாம்...

'உனக்கும் எனக்கும் கூட'

#கருவாச்சியின் காதல்

என் இதயத்தின்
வலிகளை
வரிகளாய்
வடிக்கின்றேன்
வலி நிவாரணியாய்
நீ இருப்பாய் என...

#கருவாச்சியின் காதல்

உன் அடர்ந்த மௌனம் மூலம்
என்னைக் கொல்லாதே...

என் சொற்களெல்லாம்
கேலி செய்கின்றன...
உனக்கான கவிதையைப்
படித்து.

#கருவாச்சியின் காதல்

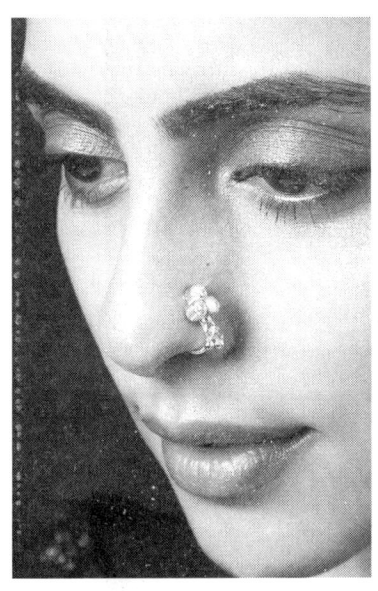

என்னை
வெறுப்பதற்கான
அத்தனை
வார்த்தைகளையும்
கொட்டிவிட்டேன்

எனக்கான
பிரியங்கள்
உன்னிடம்
மிச்சமிருந்தால்
அதை மட்டுமாவது
தந்துவிடு..

#கருவாச்சியின் காதல்

உதடு மட்டும் தானே
சுழிக்கிறாய்
எனக்கு
உடலே
அசைகிறதே...

#கருவாச்சியின் காதல்

உயிராக நினைத்தவர்கள்
எல்லாம்
நம்மை
மயிராகக் கூட
மதிப்பதில்லை...
போலியான
அன்பை
உண்மையென
நம்பி
ஏமாந்து
போவதே
வாடிக்கையாய்...

#கருவாச்சியின் காதல்

**யா**ராலும்
நிரப்பமுடியா
உன் இடம்
இப்போது வரை
வெற்றிடமாய்...

#கருவாச்சியின் காதல்

ஈரமான இரவுகளில்
உன் நினைவுகளின்
பின்னல்களில்
சிக்குண்டு
அவிழ்க்க
முடியாமல்
திணறுகிறேன்...

#கருவாச்சியின் காதல்

இறுக்கமாகவே இருக்கிறேன்
கடந்து செல்ல முடியவில்லை...
காதலின் மறுதவிப்பில்
கண்ணீரும் பாரமாய் கண்களில்...

#கருவாச்சியின் காதல்

பேச வேண்டாம்
என்று குறுஞ்செய்தி
அனுப்பிவிட்டு
பேசிக்கொண்டிருக்கிறேன்...
உன் மனதோடு.

#கருவாச்சியின் காதல்

**கை** நழுவிப் போனது
நீ மட்டுமல்ல
நம் காதலும்...

#கருவாச்சியின் காதல்

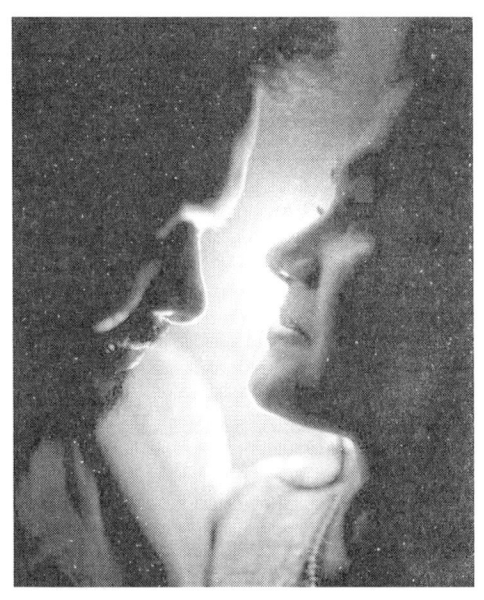

நீ தரப்போகும்
முத்தத்தின்
எச்சிலுக்காக
காத்திருக்கின்றன
காய்ந்து போன
என் உதடுகள்...
தாக(ப)ம் தீர்க்க
வருவாயா..?

#கருவாச்சியின் காதல்

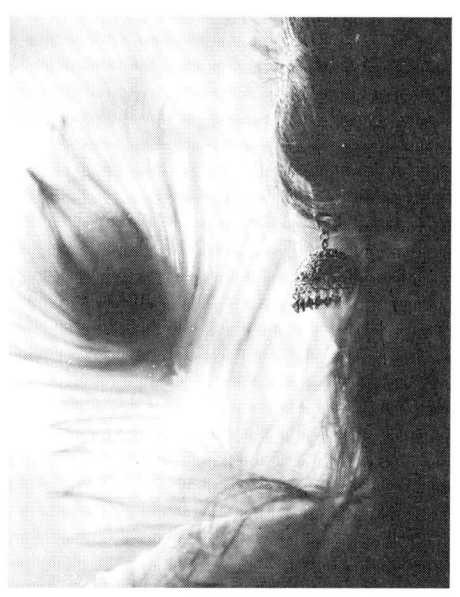

உன்னில் தொலைந்தது
என் மனம் மட்டுமல்ல...
என் கவிதைகளும்.

#கருவாச்சியின் காதல்

வெறுப்பது
நீயாக இருந்தாலும்
நேசிப்பது
நானாக இருப்பேன்...
என் அன்பு உன்னை
ஒரு நாள் மாற்றும்.

#கருவாச்சியின் காதல்

எப்போது
அலைபேசியில்
அழைத்தாலும்
தொடர்பு எல்லைக்கு அப்பால் இருக்கிறாய்
என்றுதான் குரல் வருகிறது...

எப்போதுதான்
நெருங்கி வருவாய்?

#கருவாச்சியின் காதல்